KB076073

베트남 대중가요 가사해설

베트남 대중가요 가사해설

발　행 | 2024년 6월 17일
저　자 | 김형진
펴낸이 | 한건희
펴낸곳 | 주식회사 부크크
출판사등록 | 2014.07.15.(제2014-16호)
주　소 | 서울특별시 금천구 가산디지털1로 119 SK트윈타워 A동 305호
전　화 | 1670-8316
이메일 | info@bookk.co.kr

ISBN | 979-11-410-8863-7

www.bookk.co.kr

베트남 대중가요 가사 해설

김형진 지음

CONTENT

베트남 한자 쯔놈의 이해

고려, 조선시대와 마찬가지로 베트남에서도 1095년~1919년까지 한문과거제도가 유지되었다. 프랑스의 인도차이나 반도 석권, 식민화의 역사와 더불어 한자문화의 전통은 소실되고 베트남어는 로마자표기법으로 완전히 변모하여 일상생활에서 접하는 베트남 어문은 알파벳에 성조 기호가 첨기된 형태로 되어있어 일견 매우 난해하다.

베트남어문은 한국과 마찬가지로 순 베트남 말과 한자어가 병용되고 있는 바, 일상생활에서는 순 베트남 말이, 공적 분야에서는 한자어가 훨씬 더 많이 쓰이고 있다. 정치, 학술, 행정, 군사, 의료, 경제 경영 각 분야의 문서는 비록 로마자 표기임에도 불구하고 그 내용은 거의 대부분 한자의 표의(表意)에 기반하는 것이다. 현대 베트남어문의 60~70%는 한자의 표의에 기반하고 있다고 알려져있다.

이 책은 한자와 베트남 고유한자(쯔놈_字喃), 순 베트남 말을 활용하여 현대 베트남 대중가요 가사를 해설한 것이다. 알파벳 표기의 베트남어에 이들 문자를 1:1 대입할 수 있으므로, 로마자로 표기된 베트남어의 의미를 보다 직관적으로 이해할 수 있다고 생각한다.

◉쯔놈 字喃_chữ nôm
베트남어를 표기하기 위해 만들어진 베트남의 고유한 표어 문자이다.

13세기에서 20세기까지 사용되었고, 떠이선 왕조때 공식문자로 지정되기도 했다. 그러나 베트남이 서구 열강의 영향을 받은 이후에 라틴 문자 표기법인 쯔꾸억응으(字國語)가 만들어지고 프랑스 식민 치하에서 쯔꾸억응으가 보급되면서 너무 글자수가 많고 어렵던 쯔놈은 급속히 사장되어 쯔놈은 현재는 잘 사용되지 않는다.

독자 문자는 아니고 한자의 확장형에 가깝다. 회의, 형성, 가차 등 한자의 기본 구성 원리를 그대로 사용하여 베트남어 고유의 단어를 표기하는 글자를 새로 만든 것이다. 또한 몇몇 글자는 기존의 한자를 그대로 들여와 쓰기도 하였다. 한국과 일본에도 제각각 고유 한자가 있고 중국 역시 지역마다 지역 방언을 옮겨 쓰기 위한 지역의 고유 한자가 있는데 이것의 스케일이 더 커진 것이라고 생각할 수도 있다.

쯔놈은 베트남 고유의 글자를 뜻하는 말이며, 중국에서 건너온 일반적인 한자는 그냥 한뜨(Hán Tự 漢字), 그것을 글로 만들어 '한문'으로 쓴 것은 쯔뇨(Chữ Nho 𡨸儒)라고 하며 한자와 쯔놈을 함께 사용하여 베트남어 고유의 문장을 표기한 것은 한놈(Hán Nôm 漢喃)이라고 한다. 또, 이러한 한자 어휘들을 묶어서 한월어(Từ Hán-Việt)라고 부른다.

쯔놈의 예시를 살펴보자

쯔놈	소리값	뜻	원리
𡗶	trời	하늘	天+上으로 만들어진 회의자
𠀧	ba	셋	巴(소리)+三(뜻) 형성자
𧘇	ấy	그	소리가 비슷한 衣에서
爫	làm	하다	뜻이 같은 爲에서 아랫부분을 없앰

베트남어 발음

문자	명칭	발음	문자	명칭	발음
A	a	아	N	en-nờ	너
Ă	á	아	O	o	오
Â	ớ	어	Ô	ô	오
B	bê	버	Ơ	ơ	어
C	xê	꺼	P	pê	퍼
D	dê	저	Q	cu	꿔
Đ	đê	더	R	e-rờ	러
E	e	애	S	ét-si	서
Ê	ê	에	T	tê	떠
G	giê	거	U	u	우
H	hát	허	Ư	ư	으
I	i ngắn	이	V	vê	버
K	ca	까	X	ích-xì	써
L	e-lờ	러	Y	i dài	이
M	em-mờ	머			

문자	발음	설명
a	아	'아' 주둥이 크게 벌림
ă	아	짧은 '아'
â	어	짧은 '어'
e	애	약한 톤 '애'
ê	에	강한 톤 '에'
i	이	짧은 '이'
y	이	긴 '이'
o	오	'오'와 '아' 중간
ô	오	주둥이 둥근 '오'
ơ	어	'어' ('오' 아님)
u	우	우
ư	으	'으' ('우' 아님)

문자	예	발음
ai /아이/	hai	하이
ia /이어/	thìa	티어
iê /이에/	riêng	지엥
oa /오아/	hoa	호아

oă /오아/	hoặc	호악
oe /오애/	toe	또애
ua /우어/	mua	무어
uâ /우어/	tuân	뚜언
uê /우에/	quê	꾸에
uô /우오/	uống	우옹
uy /우이/	huy	후이
ưa /으어/	mưa	므어
ươ /으어/	mượn	므언
ươi /으어이	người	응어이
uyê /우이에	thuyền	투이엔

●베트남어 성조

1. Dâu Không 저우 콩 (평성)

표시	발음법	표시 례
없음	꺾임 없는 평상음, 약간 높은 '솔'	Ma

2. Dâu Săc 저우 싹 (올림)

표시	발음법	표시 례
á	낮은 음에서 높은 음으로	Má

3. Dâu Huyên 저우 후엔 (내림)

표시	발음법	표시 례
à	중간음 에서 낮은 음으로	Mà

4. Dâu Hoi 저우 호이 (반 물결)

표시	발음법	표시 례
ả	중간음 >낮은음 >중간음 으로	Mả

5. Dâu Nga 저우 응아 (온 물결)

표시	발음법	표시 례
ã	중간에서 짧게, 더 높은음에서 짧게	Mã

6. Dâu Năng 저우 낭 (바로 직하)

표기	발음법	표시 례
ạ	-가장 낮은 음에서 떨어지듯	Mạ

1 Quốc ca của nước Cộng hòa Xã hội Chủ nghĩa Việt Nam

國歌貼渃共和社會主義越南

進軍歌 /띠언 꾸언 까/진군가

Đoàn quân Việt Nam đi
團 軍 越 南 趍
돤 꿘 뷔엣 남 디
베트남 군대여, 전진하자

đoàn quân 團軍 돤 꾸언/군대

Chung lòng cứu quốc
鐘 悉 求 國
쭝 롱 끄우 꾸억
구국 일념 하나로 단결하라

chung 鐘 쭝/모으다
lòng 悉 롱/마음
cứu quốc求國 끄우꾸억/구국

Bước chân dồn vang trên đường gập ghềnh xa
跳 蹎 扽 嗙 𨕭 塘 岌 崆 賒
브억 쩐 존 방 쩬 드엉 겁 겡 싸
바쁜 행군 소리 머나먼 험로 위에 울려 퍼지네

bước chân 跳蹎 브억 쩐/발걸음
dồn 扽 돈/몰려가다
vang 嗙 방/울려퍼지다
trên 𨕭 쩬/ ~위에
đường 塘 드엉/길
gập ghềnh 岌崆 갑 껭/험준한
xa 賒 싸/먼, 멀리

Cờ in máu chiến thắng mang hồn nước
棋 印 𧖱 戰 勝 芒 魂 渃
꺼 인 마우 찌엔 탕 망 혼 느억
피로 물든 승리의 깃발에 조국의 혼 깃들고

cờ 棋 꺼/깃발
in máu 印𧖱 인 마우/피로 물든
chiến thắng 戰勝 찌엔 탕/승리
mang 芒 망/나르다
hồn nước 魂渃 혼 느억/나라의 혼

Súng ngoài xa chen khúc quân hành ca
銃 外 賒 拵 曲 軍 行 歌
쑹 응오와이 싸 쩬 쿡 꿘 하잉 까
저 멀리 총성 우리 행진곡으로 밀려 드누나

súng 銃 숭/총
ngoài xa 外賒 응오아이 싸/저 먼 곳
chen 拵 쩬/떠 밀려들다
khúc quân hành ca. 曲軍行歌 쿡꿘하잉까/행진곡

Đường vinh quang xây xác quân thù
塘 荣 光 磋 𩩫 軍 讐
드엉 빙 꽝 써이 싹 꿘 투
영광의 길은 적의 사체로 쌓여있노라

vinh quang 荣光 빙 꽝/영광
xây 磋 써이/쌓다
xác 𩩫 싹/사체
quân thù 軍讐 꾸언 투/원수

Thắng gian lao cùng nhau lập chiến khu
勝 艱 勞 共 饒 立 戰 區
탕 잔 라오 꿍 냐우 럽 찌엔 쿠
모든 고난을 극복하고, 함께 기지를 만들자

thắng 勝 탕/이기다
gian lao 艱勞 잔 라오/고난
cùng nhau 共饒 꿍 냐우/함께
lập 立 럽/세우다
chiến khu 戰區 찌엔 쿠/기지

Vì nhân dân chiến đấu không ngừng
為 人 民 戰 鬬 空 凝
비 년 전 찌엔 더우 콩 응응
인민을 위한 전투는 그침이 없다

nhân dân 人民 년 전/인민
chiến đấu 戰鬬 찌엔 더우/전투
không ngừng 空凝 콩 응응/그침 없다

Tiến mau ra sa trường
進 𨗛 𠚢 沙 場
띠언 마우 자 싸 쯔엉
자 빨리 전장에 나가 서자

mau 𨗛 마우/재빠른
ra 𠚢 자/나가다
sa trường 沙場 싸 쯔엉/전장

Tiến lên, cùng tiến lên
進 蓮, 共 進 蓮
띠언 렌, 꿍 띠언 렌
전진 앞으로! 모두 전진 앞으로!

tiến lên 進蓮 띠언 렌/전진

Nước non Việt Nam ta vững bền
渃 　 嫩 　 越 　 南 　 　 𢧲 　 凭 　 絣
느억 　 논 　 비엣 　 남 　 　 따 　 붕 　 벤
우리 베트남 산하는 영원하리라

nước non 渃嫩 느억 논/산하
ta 𢧲 따/우리
vững bền 凭絣 붕 벤/확고한

2 Em Gái Mưa

婠妸湄

앰가이므어 / 비 내리는 날 소녀

가수: Hương Tràm 香檻

Mưa trôi cả bầu trời nắng
trượt theo những nỗi buồn
霜 渃 奇 瓢 歪 曩
므어 쪼이 까 버우 쩌이 낭

跌 蹺 仍 餒 惀
쯔엇 테오 녕 노이부온

햇살 쾌청한 날 비가 내리네,
슬픔 따라 흐르네

Mưa 霜 므어/비
trôi cả 渃奇 쪼이 까/막 흐르다
bầu 瓢 버우/분위기, 기운
trời nắng 歪曩 쩌이 낭/쾌청한 날
trượt theo 跌蹺쯔엇 테오/흐르다
những 仍 녕/~들
nỗi buồn餒惀 노이 부온/슬픔

Thấm ướt lệ
sầu mỗi dạng vì đánh mất hy vọng
浸 遏 淚 幽每 樣 為 打 昳 希 望
텀 으엇 레 써우 모이 장 뷔 다잉 멋 히 봉

희망을 잃지 않으려 슬픔의 눈물에 잠기네

thấm ướt 浸遏 탐으엇/ 적시다
lệ 淚 레/눈물
sầu mỗi dạng 幽每㨾 써우 모이 장/이런 저런 모든 슬픔
vì 為 뷔/~하고저
đánh mất hy vọng 打呹希望 다잉 멋 히봉/희망의 상실과
싸우고자

Lần đầu gặp nhau dưới mưa,
trái tim rộn ràng bởi ánh nhìn

吝 頭 返 饒 𤲂 𩄎,
런 더우 갑 냐우 즈으이 므어,

債 心 𠾕 烪 䣷 映 䀡
짜이 떰 론 장 버이 아잉 닌

빗 속에서 처음 만나, 눈 길에 심장은 두근두근

lần đầu 吝頭 런 더우/처음
gặp nhau 返饒 갑 냐우/서로 만남
dưới mưa 𤲂𩄎 즈으이 므어/ 빗 속
trái tim 債心 짜이 떰/ 심장
rộn ràng 𠾕烪 론장/쿵쾅이다, 두근거리다
bởi 䣷 버이/~으로
ánh nhìn 映䀡 아잉 닌/시선,눈길

Tình cảm dầm mưa thấm lâu, em nào ngờ
情 感 挦 𩄎 浸 数 媕 芇 疑
띤 깜 점 므어 텀 러우 앰 나오 응어

마음이 비에 흠뻑 젖었어요, 난 문득 이상해요

Tình cảm 情感 띤깜/ 마음
dầm 挦 점/ 젖다
dầm mưa 挦𩄎 점 므어/비에 젖다
thấm lâu 浸数 탐 러우/ 오래 젖다
nào ngờ 芇疑 나오 응어/ 문득 의심하다

Mình hợp nhau đến như vậy
thế nhưng không phải là yêu

躲 合 饒 砠 如丕
밍 협 냐우 덴 녀 붸이

勢 仍 空 沛 羅 慺
테 녕 콩 파이 라 이우

우린 이토록 잘 맞지만, 사랑인 것은 아니야

Mình 躲 밍/우리
hợp nhau 合饒 협냐우/맞다
đến như vậy thế 砠如丕勢 덴녀버이테/이 토록
nhưng 仍 녕/하지만
là 羅 라/즉
không phải là yêu 空沛羅慺 콩파이라 이우/사랑인 것은 아니야

Và em muốn hỏi anh

rằng chúng ta là thế nào

吧 婄 憫 晦 偀
바 앰 무온 호이 아잉

浪 眾 眦 羅 勢 芇
장 쭈웅 따 라 테 나오

또 난 당신께 묻고싶어, 우리 어떠하냐고

Và 吧 바/또
muốn hỏi 憫晦 무온 호이/묻고 싶어
chúng ta 眾眦 쭈웅따/우리들

thế nào 勢芇 테 나오/어때

Rồi lặng người đến vô tận,

trách sao được sự tàn nhẫn,
未 潮 䏾 廸 無 尽,
조이 랑 응어이 덴 보 떤,

責 牢 特 事 残 忍
짜익 싸오 드억 쓰 딴 년

다음엔 끝없는 고요함이, 잔인함에 대한 책망이

lặng 潮 랑/고요함
vô tận 無尽 보 떤/끝없는
trách 責 짜익/책망하다
sự tàn nhẫn 事残忍 쓰떤년 /잔인함

Anh trót vô tình thương em như la em gái,
侯 捽 無 情 傷 媕 如 羅 媕 妸
아잉 쫏 보 띤 트엉 앰 녀 라 앰 가이

당신은 날 그저 그런 여동생인양 무심히 사랑했어요

trót 捽 쫏/그저 그냥
vô tình 無情 보띤/무심히
thương 傷 트엉/사랑하다
như 如 녀/~인양
em gái 媕妸 앰가이/여동생

Đừng lo lắng về em khi mà
em vẫn còn yêu anh
停 慮 㦒 術 媕 欺
등 로 랑 베 앰 키

麻 媕 吻 群 慺 侯
마 앰 번 꼰 이우 아잉

아직도 당신을 여전히 사랑할 동안은 날 걱정마세요

Đừng lo lắng 停慮懶 등로랑/걱정마요
về 術 베/~에 대해
khi mà 欺麻 키마 /~할 때에
vẫn còn yêu 吻群慺 번꼰이우/ 아직 여전히 사랑하다

Càng xa lánh, càng trống vắng,
tim cứ đau và nhớ lắm,

強 賒 㻝, 強 㻝 咏,
깡 싸 라잉, 깡 쫑 방,

心 拠 疠 吧 恔 𢙱
띰 끄 다우 바 녀 람

멀어지고 피할수록, 황폐해지기만 하고,
마음은 그저 아프고 더 그리워하겠죠

Càng 強 깡/~할 수록
xa 賒 싸/먼
lánh 㻝 랑/피하다
trống vắng 㻝咏 쫑방/황폐한
cứ đau 拠疠 끄 다우/그저 아픈
nhớ lắm 恔𢙱 녀람/더 그리워하다

3 Chiều hôm ấy

嘲 晷 衣

찌에우 홈 어이 / 그날 오후

가수: Jaykii

Chiều hôm ấy em nói với anh
嘲 晷 衣 媠 吶 唄 俟
찌에우 홈 어이 앰 노이 버이 아잉

그날 오후 너, 나와 이야기 했지

nói với 吶唄 노이 버이/~와 이야기하다

Rằng mình không nên gặp nhau
nữa người ơi!
Em đâu biết anh đau thế nào?

浪 軨 空 輀 返 饒
장 밍 콩 넨 갑 냐우

姅 䏧 喂 !
너으 응어이 어이!

媠 兜 別 俟 疠 勢 芇 ?
앰 더우 비엇 아잉 다우 테 나오?

서로 더는 만나지 말자 그 말,
넌 몰라 내가 얼마나 아팠는지

mình 軨 밍/우리들

đâu biết 더우 비엣/도무지 모른다

Khoảng lặng phủ kín căn phòng ấy,
tim anh như thắt lại

曠 瀄 覆 謹 根 房 衣,
쾅 랑 푸 낀 껀 퐁 어이,

心 倎 如 挟 吏
띰 아잉 녀 탓 라이

침묵만이 그 방을 뒤덮어, 내 가슴은 굳어버리고

Khoảng 曠 꽝/대략
lặng 瀄 랑/침묵, 고요
phủ kín 覆謹 푸낀/뒤덮다
căn phòng 根房 깐퐁/방
thắt 挟 탓/ 굳다

Và mong đó chỉ là mơ,
vì anh còn yêu em rất nhiều

吧 懞 妬 只 羅 迷,
바 몽 도 찌 라 머,

為 倎 群 慺 媕 慄 髮
뷔 아잉 꼰 이우 앰 젓 니유

그게 그냥 꿈이었으면 좋겠어,
나 아직 널 너무 사랑하니까.

mong 懞 몽/바라다
mơ 迷 머/꿈
còn 群 꼰/여전히

Giọt buồn làm nhòe đi dòng kẻ mắt
湥 惍 罒 燶 趍 涌 几 眛
좃 부온 람 놰 디 종 깨 맛

슬픈 눈물에 눈 화장이 번져 흐르고

giọt 湥 奚/눈물방울
nhòe 熮 놰/번지다
buồn 慍 부온/슬픈
dòng 洞 종/흘러내리다
kẻ mắt 几眜 깨맛/ 아이 라이너

Hòa cùng cơn mưa là những nỗi buồn kia
和 共 干 霜 羅 仍 餒 慍 箕
화 꿍 끈 므어 라 녕 노이 부온 끼어

소낙비에 젖은 것은 아련한 슬픔이여

cơn mưa 干霜 껀 므어/ 소낙비
nỗi buồn 餒慍 노이 부온/슬픔

Anh khóc cho cuộc tình chúng mình
偀 哭 朱 局 情 眾 軡
아잉 콕 쪼 꾸억 띤 쭈웅 밍

난 우리 사랑 때문에 눈물 지었네

khóc 哭 콕/울다
cuộc tình 局情 꾸억 띤/ 사랑의 감정
chúng mình 眾軡 중밍/ 우리들

Cớ sao còn yêu nhau mà mình,
không thể đến được với nhau
故 吵 群 悽 饒 麻 軡,
꺼 싸오 꼰 이우 냐우 마 밍,

空　體　𨓡 特 唄　饒
콩　테　덴 드억 버이 냐우

왜죠 우리 여전히 사랑하는데,
서로 함께 할 수 없나요

cớ sao 故吵 꺼 싸오/무슨 이유로
còn yêu nhau 群㥶饒 꼰 이우 냐우/여전히 사랑하다

Vì anh đã sai hay bởi vì bên em có ai kia
為 偀 㐌 差 哈 䊷 爲 边 𡛔 固 埃 箕
비 아잉 다 싸이 하이 버이 뷔 벤 앰 꼬 아이 끼어

내 잘못이니 아니면.. 다른 사람 생겼니?

sai 差 싸이/잘못
hay 哈 하이/또는
bởi vì 䊷爲 버이 비/~한 때문에
bên 边 벤/곁
ai kia 埃箕/누구

Chẳng ai có thể hiểu nổi được
trái tim khi đã lỡ yêu rồi
丞　埃 固 体 曉 浽　特
짱　아이 꼬　테 히어우 노이 드억

債　心 欺 㐌 𨀊 㥶　耒
짜이　띰 키 다 러 이우 조이
이미 사랑에 빠져버리면
그 누가 자기 마음을 제대로 알아 차릴수 있나요

chẳng 丞짱 / 결코 ~ 아니다
chẳng ai~ 丞埃 짱아이/아무도 ~않다

hiểu nổi 曉浽히어우 노이/ 이해하다
trái tim 債心 짜이 띰/심장
lỡ 踧러/ ~에 빠지다
lỡ yêu rồi 踧慺耒 러 이우 조이/ 이미 사랑에 빠지다

Chỉ biết trách bản thân đã mù quáng,
trót yêu một người vô tâm.

只 别 責 本 身 㐌 瞙 眖 ,
찌 비엇 짜익 반 턴 다 무 꽝 ,

律 慺 𠬠 𠊛 無 心
쫏 이우 못 응어이 보 떰

마음 뺏긴 널 맹목으로 사랑했던 날 자책할 뿐이지

trách 責 짜익/ 비난하다
bản thân 本身 반턴/스스로
mù quáng 瞙眖 무꽝/맹목
trót 捽 쫏/ 바보처럼 사랑하다

Từng lời hứa như vết dao lạnh lùng

層 唭 許 如 跙 刀 冷 凌
뜽 러이 흐어 녀 벳 다오 라잉 룽

같이 했던 약속들이 차갑게 베인 상처 인양

từng 層 뜽/개개의, 하나 하나의
lời hứa 唭許 러이 흐어/약속
như 如 녀/~인양
vết dao 跙刀 벳 다오/ 베인 상처
lạnh lùng 冷凌 라잉 룽/ 차가운

Cắm thật sâu trái tim này.

擛 實 溇 債 心 尼
깜 텃 써우 짜이 띰 나이

이 마음 깊이 파고 드네

cắm 擛 깜/파고들다
sâu 溇 써우/깊은
trái tim 債心/ 마음

Vì muốn thấy em hạnh phúc nên anh
sẽ lùi về sau
為 惆 𧡊 媄 幸 福
비 무온 터이 앰 하잉 픕

铖 俟 吔 踈 術 𨑗
넨 아잉 쌔 루이 붸 싸우

니가 행복하길 바라기에, 난 뒤로 물러서야해

lùi踈 루이/뒤로 물러서다
thấy 𧡊 터이/보다
hạnh phúc 幸福 하잉픕/행복
nên 铖 넨/그래서
sẽ 吔 쌔/~할 것이다

Thời gian qua chúng ta liệu sống tốt hơn
時 間 過 眾 𢀭 料 𤯩 辭 欣
터이 잔 꽈 쭈웅 따 리어우 쏭 뜻 헌

지난 시간 우린 더 잘 할 수 있었을까?

thời gian qua 時間過 터이잔꽈/지난 시간
liệu 料 리어우/아마도~일까?
sống tốt hơn 𤯩辭欣 쏭뜻헌/더 잘살다

Hay cứ mãi dối lừa.
哈 抛 𡗉 嘋 嚧
하이 끄 마이 도이 르어

아니면 그저 거짓 이었던지?

mãi 𡗉 마이/쭉, 계속
dối lừa 嘋嚧 도이 르어/거짓말

Nhìn người mình thương ướt nhòe mi cay
䁛 𠊛 𨉟 傷 渇 燶 眉 咳
닌 응어이 밍 트엉 으엇 놰 미 까이

사랑하는 당신 눈물 젖어 번진 모습 보니
người mình thương 𠊛𨉟傷 응어이 밍 트엉/사랑하는 당신
ướt nhòe 渇燶 으엇 놰/눈믈 젖어 번지다

Khiến tim này càng thêm đau
遣 心 尼 強 添 疠
키엔 띰 나이 깡 템 다우

내 마음 더 더욱 아파오네

khiến 遣 키엔/~하게 하다
càng thêm 強添 깡템/ 더해지다

Người từng khiến anh thay đổi là em,
đã mãi xa rồi
𠊛 曾 遣 偀 台 掛 羅 㛪,
응어이 뜽 키엔 아잉 타이 도이 라 앰,

𩲡 𡗋 賖 耒
다 마이 싸 조이

나란 사람을 변화시킨 너, 이젠 이미 멀어져버리고

thay đổi 台𢷮 타이도이/바꾸다
mãi 𡗋 마이/쭉, 계속
xa 賖 싸/먼

Thôi giấc mơ khép lại
Kí ức kia gửi theo, gió bay

催 䁾 迷 㤎 吏
토이 쨕 머 캡 라이

記 憶 箕 𢭮 蹺 , 𩙍 飛
끼 윽 끼어 그이 테오, 죠 바이

그저 꿈은 이만,
추억은 바람에 실어 보내마

giấc mơ 䁾迷 쟉머/ 꿈
khép lại 㤎吏 켑라이/끝내자
kí ức 記憶 키윽/기억
gửi theo 𢭮蹺 그이 테오/보내다
gió 𩙍 죠/바람, 태풍
bay 飛바이/날다

4 Nhớ Về Hà Nội

恅衛河内

녀붸하노이 / 하노이를 기억하세요

가수:Hồng Nhung 紅絨

Dù có đi bốn phương trời
Lòng vẫn nhớ về Hà Nội

油 固 迻 罘 方 歪
주 꼬 디 본 퍼엉 쩌이

悉 吻 恅 衛 河 内
롱 번 녀 붸 하 노이

사방 어딜 가든
아직 하노이를 기억하노라

dù 油 주/~이든
bốn phương 罘方 본 퍼엉/사방
vẫn 吻번/ 여전히
nhớ về 恅衛 녀붸/~을 기억하다

Hà Nội của ta, Thủ đô yêu dấu
Một thời đạn bom, một thời hòa bình

河 内 貼 牠 ,首 都 慺 摟
하 노이 꾸어 따, 투 도 이우 저우

爻 時 彈 bom, 爻 時 和 平

못 터이 잔 봄, 못 터이 화 빈

사랑하는 수도, 친애하는 하노이
폭탄의 시간, 평화의 시간

thủ đô 首都 투도/수도
yêu dấu 㥋摟 이우 저우/사랑하는, 친애하는
một thời 𠬠時 못터이/ 한 때
đạn 彈 단/ 탄
bom (bomb) 봄/폭탄
hòa bình 和平 화빈/평화

Nhớ phố Thâm Nghiêm rợp bóng cây
Tiếng ve ru những trưa hè

恤 舖 深 嚴 樷 膵 核
녀 포 탐 응엠 롭 봉 꺼이

㗂 蟡 呦 仍 晝 夏
띠엉 베 주 녕 쯔어 헤

나무 그늘진 오후의 Tham Nghiem 거리를 기억해요
여름 한 낮 매미들의 자장가

nhớ 恤 녀/ 기억하다
phố Thâm Nghiêm 舖深嚴 포탐응엠/ 탐응엠 거리
rợp bóng 樷膵 롭봉/ 오후의 그늘
cây 核 꺼이/나무
tiếng 㗂 띠엉/소리
ve ru 蟡呦 베주/매미들 자장가
trưa hè 晝夏 쯔어헤/여름 한낮

Và nhớ những công viên vừa mới xây
Bước chân em chưa mòn lối
Ôi nhớ Hồ Gươm xanh thắm

吧 㤇 仍 公園 㧅 𬑉 搓
바 녀 녕 공 뷔엔 브어 머이 써이

Bước chân em chưa mòn lối
𨀈 蹎 俺 渚 㾺 𡓃
버억 쩐 앰 쯔어 몬 로이

喂 㤇 湖劍 青 嘇
오이 녀 호 거엄 싸잉 탐

또 이제 막 지어진 공원들을 생각해봐요
아직 내 발길 닿지도 못한 길
오! 짙 푸른 검호를 잊지말아요

công viên 公園 꽁비언 /공원
vừa mới xây 㧅𬑉搓 버어 머이 써이/ 이제 막 지어진
bước chân 𨀈蹎 브억 쩐/ 발 길
chưa 渚 쯔어/아직~못한
mòn 㾺몬/ 닿다
lối 𡓃 로이/길
Hồ Gươm 湖劍 호거엄/ 검호
xanh thẳm 青嘇 싸잉 탐/ 짙푸른

Nơi Tháp Rùa nghiêng soi bóng
Thành cũ Thăng Long hồn nước non thiêng
Còn lắng đâu đây dấu xưa oai hùng
Hà Nội ơ

坭 塔 𪚳 迎 擂 𩂟
너이 탑 주어 응이엥 쏘이 봉

城 古 陞 竜 魂 渃 嫩 𥘉
타잉 꾸 탕 롱 혼 느억 논 티엥

群 唧 兜 低 哂 𠸗 威 雄

꼰 랑 더우 더이 저우 쓰어 오아이 훙

河 内 喂
하 노이 어

거북 탑이 비스듬이 빛을 발하는 곳
탕롱 옛 성채, 신성한 젊은 나라의 정신
고대의 영광 아직 여기 머무노니
아 ! 하노이

nơi 坭 너이/곳
tháp Rùa 塔𪚔 탑주어/ 거북이 탑
nghiêng 迎 응이엥/비스듬한
soi bóng 擂膵城 古 쏘이 봉/ 빛나는
Thành cũ 城古 따잉 꾸/ 고성
Thăng Long 陞竜 탕롱/ 탕롱
hồn nước 魂渃 혼 느억/나라의 혼
non thiêng 嫩𥘷 논 티엥/ 신성하고 젊은
xưa 𠸗 쓰어/ 옛날
oai hùng 威雄 오아이 훙/위엄,용감

Nhớ những cơn mưa dài cuối đông
Áo chăn chưa ấm thân mình

恪 仍 干 霜 䟕 檜 冬
녀 녕 꼰 므어 자이 꾸오이 동

襖 𧛊 楮 喑 身 躲
아오 쩐 쯔어 엄 턴 밍

늦 겨울의 긴 소낙비를 기억해요
담요는 아직 마르지 않고,

cơn mưa 干霜 껀 므어/소낙비
dài 䟕 자이/긴
cuối đông 檜冬 꾸오이 동/늦 겨울
chăn 𧛊 짠/ 담요

chưa ấm 𣘃喑 쯔어 엄/아직 마르지 않은

Và nhớ lúc bom rơi lửa chiến tranh
Đất rung ngói tan gạch nát

吧 㤇 昳 bom 耒 焒 戦 爭
바 녀 룹 봄 저이 르어 찌엔 짜잉

坦 容 瓦 散 壢 涅
덧 중 응오이 딴 가익 낫

그리고 쏟아지는 전쟁의 불 폭탄을 잊지 마세요
흔들리는 대지. 흩어지는 기와, 부서지는 벽돌을

lúc 昳 룩/~할 때
rơi 耒 저이/ 떨어지는
lửa 焒 르어/불
chiến tranh 戦爭찌엔 짜잉/전쟁
Đất 坦 덧/ 대지
rung 容 중/흔들리다
ngói 瓦응오이/기와
gạch 壢가익/ 벽돌
nát涅 낫/으스러진

Em vẫn đạp xe ra phố
Anh vẫn tìm âm thanh mới

㛪 吻 踏 車 䀡 舖
앰 번 답 쌔 자 포

俟 吻 尋 音 聲 𡤓
아잉 번 띰 엄 타잉 머이

난 여전히 자전거를 타고 거리로 나가요
당신은 여전히 새 노래를 찾고 있네요

vẫn 吻 번/ 여전히
đạp xe 踏車/ 자전거를 타다
ra 𠚢 자/ 나가다
phố 舖 포/거리
tìm 尋띰/ 찾다
âm thanh 音聲 엄타잉/ 음성
ngói 瓦응오이/기와
gạch 𤮄가익/ 벽돌
nát涅 낫/으스러진

Bài hát đôi ta là khúc quân ca
Là ước mơ xa hướng lên Ba Đình
Tràn niềm tin

排 欱 堆 𢧲 羅 曲 軍 歌
바이 핫 토이 따 라 쿡 꾸언 까

羅 約 迷 賒 向 𨖲 㔥 庭
라 으억 머 싸 허엉 렌 바 딩

滇 念 信
짠 니엠 띤

우리 편 노래는 군가라네
멀리 바딩을 향해 오르는 그 꿈
흘러넘치는 신념으로

bài hát 排欱 바이 핫/ 노래
đôi ta 堆𢧲 도이 따/우리 편
khúc 曲 쿡/ 곡
quân ca 軍歌 꾸언까/ 군가
ước mơ 約迷 으억머/ 동경, 희망
xa 賒 싸/ 먼
hướng lên 向𨖲 허엉 렌/ 오르는
Ba Đình 㔥庭 바딩/ 바딩 광장
tràn 滇 짠/ 넘쳐 흐르는

niềm tin 念信니엠 띤/ 신념

Nhớ những con đê thành lối xe
Bước chân năm tháng đi về

忟 仍 𡥵堤 成 𨀈車
녀 녕 꼰 데 타잉 로이 쌔

𨀈 蹎 𢆥 𣎃 𠫾衛
브억 쩐 남 탕 디 붸

제방 길들이 차로로 바뀌었죠
세월의 발길이 돌아옵니다

con đê 𡥵堤 꼰데/ 제방길
thành 成 타잉/~이 되다
lối xe 𨀈車 로이 쌔/ 차로
năm tháng 𢆥𣎃 남탕/세월
đi về 𠫾衛 디베/돌아오다

Và nhớ tiếng leng keng tàu sớm khuya
Hướng ra Đống Đa Cầu Giấy

吧 忟 㗂 玲 鎵 艚 𣋽 𡗶
바 녀 띠엉 렝 껭 따우 써엄 쿠야

向 𦋦 埬 多 求 紙
허엉 자 동 다 꺼우 져이

또한 잊지말아요 동다꺼우져이를 향해 가는
밤낮없는 기차소리를

leng keng 玲鎵 렝껭/기차 굴러가는 소리
tàu 艚 따우/기차
sớm 𣋽 써엄/이른
khuya 𡗶 쿠야/늦은 밤

sớm khuya 𣋽𡖵 쿠야/ 언제나
Đống Đa Cầu Giấy 埬多求紙 동다꺼우쩌이 구역

Ôi nhớ Thủ đô năm ấy
Ta đánh giặc trên mâm pháo

喂 恡 首都 䊞 衣
오이 녀 투도 남 어이

𢧲 打 賊 𨕭 盤 砲
따 다잉 쟉 쩬 멈 파오

오, 그해의 수도를 기억하세요
우리는 포대위에 올라 적과 싸웠습니다.

đánh giặc 打賊 다잉 쟉/ 적과 싸우다
trên 𨕭 쩬/~위에
mâm pháo 盤砲 멈파오/ 포대

Truyền thống cha ông gìn giữ non sông
Từ thuở Thăng Long vẫn mang trong lòng
Hà Nội ơi

傳 統 吒翁 吲 㝡 嫩 滝
뚜엔 통 짜 옹 진 즈어 논 쏭

自 課 昇 龍 吻 恾 䏧 悉
뜨 투오 탕 롱 번 망 쫑 롱

河 内 喂
하 노이 어이

선조대대로 지켜온 산하여
탕롱의 시대부터 여전히 마음속에 간직하도다

아, 하노이 여

cha ông 吒翁 짜옹/선조
gìn giữ 㖫㝉 진저으/ 지키다
non sông 嫩滝 논쏭/ 산하
từ thuở 自課 뜨투어/ 과거~때 부터
Thăng Long 昇龍 탕롱/ 탕롱 시대
mang 恾 망/ 나르다
trong lòng 𨕭悉𦣰 쫑 롱/ 마음 속에

Nhớ phố Quang Trung đường Nguyễn Du
Những đêm hoa sữa thơm nồng

恡 舖 光 中 塘 阮 油
녀 포 꽝 쭝 드엉 응웬 주

仍 𣎀 花 浉 𦹳 濃
녕 뎀 화 쓰어 텀 농

꽝쭝 드엉 응웬주 거리를 기억하세요
향기로운 꽃 내음 그윽한 밤

đêm 𣎀 뎀/한 밤
hoa sữa 花浉 화쓰어/꽃향기
thơm 𦹳 텀/향기로운
nồng 濃 농/ 짙은

Và nhớ, nhớ bao khuôn mặt mến thân
Đã quen bước chân giọng nói

吧 恡, 恡 包 困 𩈘 勉 身
바 녀, 녀 바오 쿠온 맛 멘 턴

㐌 悁 趴 蹎 喠 吶
다 퀜 브억 쩐 종 노이

그리고 많은 사랑하는 얼굴을 잊지말아요
목소리, 발자취 익숙하던 사람들

khuôn mặt 困緬 쿠온 맛/ 얼굴
mến 勉 멘/ 애호하다, 다정하다
quen 悁 꿴/ 친한
giọng nói 喠呐 종노이. 목소리

Ôi nhớ chiều 30 tết
Chen giữa đào hoa tươi thắm

喂 怓 嘲 30 節
오이 녀 찌에우 바 므어이 뗏

羶 㫡 桃 花 鮮 嘇
쩬 즈어 다오 화 뜨어이 탐

오, 30 번째 새해를 기억하세요
신선한 복숭아 꽃들 사이에 끼어

chen giữa 羶㫡 쩬 즈어/~의 한 가운데
đào hoa 桃花 다오 화/ 복숭아 꽃
tươi 鮮 뜨어이/ 신선한
thắm 嘇 탐/ 매우, 대단히

Đường phố đông vui chờ đón Tân niên
Là phút thiêng liêng lắng nghe thơ Người
Hà Nội ơi

塘 舖 迻 恆 徐 迍 新 年
드엉 포 동 부이 쪼 돈 떤 니엔

羅 丿 𥘉 灵 嘲 � 詩 𠊛
라 풋 티엥 리엥 랑 응에 터 응어이

河 内 喂
하 노이 어이

새해를 맞이하는 흥겹고 혼잡한 거리에
시인에 귀를 기울이는 신성한 순간
아, 하노이 여

đường phố 塘舖 드엉 포/거리
đông 迻 동/ 붐비는
vui 愮 부이/ 즐겁게
chờ đón 徐迍 쪼 돈/ 맞이하는
tân niên 新年 떤니엔/새해
phút 丿 푯/순간, 때
thiêng liêng 𧡊灵/신성한
lắng nghe 嘲聣 랑 응에/귀 기울이다
thơ Người 詩𠊛 터 응어이/시인

Dù có đi bốn phương trời
Lòng vẫn nhớ về Hà Nội

油 固 趍 罘 方 𡗶
주 꼬 디 본 퍼엉 쩌이

𢙱 吻 忟 衛 河 内
롱 번 녀 붸 하 노이

사방 어딜 가든
아직 하노이를 기억하노라

Hà Nội của ta, Thủ đô yêu dấu
Một thời đạn bom, một thời hòa bình

河 内 貼 𢭂, 首 都 慺 摟
하 노이 꾸어 따, 투 도 이우 저우

乂　時　彈 bom, 乂 時　和　平
못　터이 잔 봄,　못　터이 화　빈

사랑하는 수도, 친애하는 하노이
폭탄의 시간, 평화의 시간

5 Vì anh thương em
為俠傷媊

비 아잉 트엉 앰 / 나 널 사랑하기에

가수:Phạm Anh Duy

Em nghe gì không từng hạt mưa đã gọi tên

媊 聵 之 空 層 粒 霜 㐌 噲 䊷
앰 응에 지 콩 뜽 핫 므어 다 고이 뗀

빗방울 방울이 이름을 불러도 너는 듣지 못했지

hạt 粒 핫/방울
từng hạt mưa 層粒霜 뜽핫므어/ 빗방울
gọi tên 噲䊷 고이 뗀/이름을 부르다

Anh bỗng thấy thương cây bàng non,
thương chiếc bóng cô phòng
Đâu là cô đơn?

俠 俸 㻝 傷 荄 旁 嫩,
아잉 봉 터이 트엉 꺼이 방 논 ,

傷 隻 𩂟 孤 房
트엉 찌억 봉 꼬 퐁

兜 羅 姑 单 ?
더우 라 꼬 던

난 갑자기 어린 나무가 안타까워져,
독방의 그림자가 안타까워
고독한 그림자

bỗng 俸 봉/갑자기
thấy thương 䞊傷 터이트엉/안타까워하다
cây bàng 荄旁 까이방/ 나무이름
non 嫩 논/어린
chiếc bóng 隻𩃳 찌억 봉/ 그림자
cô phòng 孤房 꼬퐁/독방, 골방
cô đơn 孤單 꼬던/ 고독

Nếu mình nghe như trong hạt mưa
Nghe tiếng khóc mưa rơi

吀 𨉟 聴 如 𤄯 紇 霜
네우 밍 응에 녀 쫑 핫 므어

聴 㗂 哭 霜 𦢞
응에 띠엉 콕 므어 저이

만약 빗 방울 속에서 들으면,
내리는 비의 울부짖음을 들었을 거야
tiếng khóc 㗂哭 띠엉 콕/ 울음소리
rơi 𦢞 저이/흘러내리는

Nghe tiếng mưa cười
Và tiếng trái tim từng đêm gọi trên lá bàng non

聴 㗂 霜 唭
응에 띠엉 므어 끄어이

吧 㗂 債心 層 𣎀 噲 𨕭 蘿 旁 嫩
바 띠엉 짜이 띰 뜽 뎀 고이 쩬 라 방 논

비가 웃는 소리를 들어
또 매일 밤 어린 나무잎에서 부르는 마음의 소리를
cười 唭 끄으이/ 웃음
trái tim 債心 짜이 띰/마음, 심장

tửng đêm 層脂 뜽뎀/매일 밤
lá 蘿 라/잎

Em nghe gì không ...hỡi em
Vì anh thương em, như thương cây bàng non

媄 瞭 之 空 . . . 咳 媄
앰 응에 지 콩 호이 앰

為 倎 傷 媄 , 如 傷 荄 旁 嫩
비 아잉 트엉 앰, 녀 트엉 꺼이 방 논

넌 아무 소리도 듣지 못했지...오호 그대여
나 널 사랑하기에, 어린 나무를 사랑 하듯이
thương 傷 트엉/ 사랑하다

Cây nhớ ai làm sao nói được
Vì anh thương em, như thương hạt mưa non dại

核 忟 埃 爫 牢 吶 特
꺼이 녀 아이 람 싸 오 드억

為 倎 傷 媄 , 如 傷 籺 𩄎 嫩 痍
비 아잉 트엉 앰, 녀 트엉 핫 므어 논 자이

나무는 누가 그러는 지 어찌 말할 수 있으리
나 널 사랑하기에, 작은 빗 방울을 사랑하듯이
*nhớ 忟 녀/기억하다

Vỡ rồi mà có được đâu
Anh thương em sẽ không cần trước sau

破 耒 麻 固 特 兜
보 조이 마 꼬 드억 더우

俟 傷 㛪 呲 空 勤 𧿆 𢀦
아잉 트엉 앰 쌔 콩 껀 쯔억 싸우

흩어져 버렸으나 어딘가에 남아있네
나 널 한결같이 사랑하기에

vỡ rồi 破耒 버 조이/깨어져 버리다
không cần 空勤 콩껀/~필요없다
trước sau 𧿆𢀦 쯔억 싸우/ 한결같이

Vì anh đã đặt mình ở hướng vô cùng
Em nghe gì không từng hạt mưa đã gọi tên

為 俟 㐌 達 𨉟 於 向 無 窮
비 아잉 다 닷 밍 어 허엉 보 꿍

㛪 聴 之 空 曾 粒 霜 㐌 噲 𠸜
앰 응에 지 콩 뜽 핫 므어 다 고이 뗀

난 스스로 영원한 곳으로 들어가기에
넌 빗 방울 소리가 부르는 이름을 들을 수 없어

ở hướng vô cùng 於向無窮 어 허엉 보꿍/ 영원한 곳에서

Anh bỗng thấy thương cây bàng non,
thương chiếc bóng cô phòng
Đâu là cô đơn?

俟 俸 𧡊 傷 荄 旁 嫩,
아잉 봉 터이 트엉 꺼이 방 논,

傷 隻 𩂟 孤 房
트엉 찌억 봉 꼬 퐁

兜 羅 姑单 ?
더우 라 꼬 던

난 갑자기 어린 나무가 안타까워져,
독방의 그림자가 안타까워
고독한 그림자

Nếu mình nghe như trong hạt mưa
Nghe tiếng khóc mưa rơi

𠮩 𨉟 𦖑 如 蛹 籺 𩅹 𦖑
네우 밍 응에 녀 쫑 핫 므어

𦖑 㗂 哭 𩅹 秠
응에 띠엉 콕 므어 저이

만약 빗 방울 속에서 들으면,
내리는 비의 울부짖음을 들었을 거야

Em nghe gì không ...hỡi em
Vì anh thương em, như thương cây bàng non

𡛔 𦖑 之 空 . . .咳 𡛔
앰 응에 지 콩 호이 앰

為 𠎣 傷 𡛔 ,如 傷 荄 旁 嫩
비 아잉 트엉 앰, 녀 트엉 꺼이 방 논

넌 아무 소리도 듣지 못했지...오호 그대여
나 널 사랑하기에, 어린 나무를 사랑 하듯이

Cây nhớ ai làm sao nói được
Vì anh thương em, như thương hạt mưa non dại

核 恪 埃 〴 牢 吶 特
꺼이 녀 아이 람 싸 오 드억

為 倎 傷 媠，如 傷 粭 霜 嫩 痩
비 아잉 트엉 앰, 녀 트엉 핫 므어 논 자이

나무는 누가 그러는 지 어찌 말할 수 있으리
나 널 사랑하기에, 작은 빗 방울을 사랑하듯이

*nhớ 恪 녀/기억하다

Vỡ rồi mà có được đâu
Anh thương em sẽ không cần trước sau

破 耒 麻 固 特 兜
보 조이 마 꼬 드억 더우

倎 傷 媠 吡 空 勤 𨄹 𡢐
아잉 트엉 앰 쌔 콩 껀 쯔억 싸우

흩어져 버렸으나 어딘가에 남아있네
나 널 한결같이 사랑하기에

Vì anh đã đặt mình ở hướng vô cùng
Vì anh thương em, như thương cây bàng non

為 倎 㐌 達 𨉟 於 向 無 窮
비 아잉 다 닷 밍 어 허엉 보 꿍

為 倎 傷 媠，如 傷 荄 旁 嫩
비 아잉 트엉 앰, 녀 트엉 꺼이 방 논

난 스스로 영원한 곳으로 들어가기에

나 널 사랑하기에, 어린 나무를 사랑 하듯이

Cây nhớ ai làm sao nói được
Vì anh thương em, như thương hạt mưa non dại

核 㤕 埃 罒 牢 吶 特
꺼이 녀 아이 람 싸 오 드억

為 俤 傷 媄, 如 傷 紇 霜 嫩 痍
비 아잉 트엉 앰, 녀 트엉 핫 므어 논 자이

나무는 누가 그러는 지 어찌 말할 수 있으리
나 널 사랑하기에, 작은 빗 방울을 사랑하듯이

*nhớ 㤕 녀/기억하다

Vỡ rồi mà có được đâu
Anh thương em sẽ không cần trước sau

破 耒 麻 固 特 兜
보 조이 마 꼬 드억 더우

俤 傷 媄 吔 空 勤 𬨠 𱢭
아잉 트엉 앰 쌔 콩 껀 쯔억 싸우

흩어져 버렸으나 어딘가에 남아있네
나 널 한결같이 사랑하기에

Vì anh đã đặt mình ở hướng vô cùng
Anh thương em sẽ không cần trước sau

為 俤 㐌 達 𨉟 於 向 無 窮
비 아잉 다 닷 밍 어 허엉 보 꿍

俤 傷 媄 吔 空 勤 𬨠 𱢭

아잉 트엉 앰 쌔 콩 껀 쯔억 싸우

난 스스로 영원한 곳으로 들어가기에
나 널 한결같이 사랑하기에

Vì anh đã đặt mình... ở hướng... vô cùng...

為俟 㐌 達 躰... 於 向.. 無窮...
비 아잉 다 닷 밍... 어 허엉.. 보 꿍
난 스스로 영원한 곳으로 들어가기에

6 Tình ca của người mất trí
情歌貼𠊛𫗃智

띤 까 꾸어 응어이 멋찌 / 광인의 사랑노래

가수:Trịnh Công Sơn

Tôi có người yêu chết trận Plei Me
Tôi có người yêu ở chiến khu D

碎 固 𠊛 㤇 㐌 陣 Plei Me
또이 꼬 응어이 이우 쩻 쩐 플레이 메

碎 固 𠊛 㤇 於 戰 區 D
또이 꼬 응어이 이우 어 찌엔 쿠 D

플레 메 전투에서 죽은 애인이 있어요
전구D 지역의 전쟁터에 애인이 있어요

chết 㐌 쩻/죽다
trận 陣 쩐/전투

Chết trận Đồng Xoài, chết ngoài Hà Nội
Chết vội vàng dọc theo biên giới

㐌 陣 Đồng Xoài, 㐌 外 河 内
쩻 쩐 동 쏘아이, 쩻 응오아이 하 노이

㐌 倍 鐄 育 蹺 边 介
쩻 보이 방 족 테오 비언 져이

동쏘아이 전투에서 죽었죠, 하노이 외곽에서 죽었죠
전선을 따라 순식간에 죽어버렸죠

vội vàng 倍傍 보이 방/ 순식간에

dọc theo 育蹺 좁테오/~를 따라
biên giới 边介 비언 져이/변방,국경

Tôi có người yêu chết trận Chuprong
Tôi có người yêu bỏ xác trôi sông

碎 固 𠊛 悽 𣩂 陣 Chư Prông
또이 꼬 응어이 이우 쩻 쩐 쭈 프롱

碎 固 𠊛 悽 𢯰 髂 濡 滝
또이 꼬 응어이 이우 보 싹 쪼이 쏭

쭈프롱 전투에서 죽은 애인이 있어요
시체되어 강물에 떠내려간 애인이 있어요

bỏ xác 𢯰髂 보싸익/죽다
trôi sông 濡滝 쪼이 쏭/강에 던져지다

Chết ngoài ruộng đồng, chết rừng mịt mùng
Chết lạnh lùng mình cháy như than

𣩂 外 𬏑 垌, 𣩂 𣘃 矇 曚
쩻 응오아이 저엉 동, 쩻 증 밋 뭉

𣩂 冷 遈 躺 烓 如 炭
쩻 라잉 룽 밍 짜이 녀 탄

벌판에서 죽었죠 흐릿한 숲에서 죽었죠
숯처럼 타버린 몸이 얼어붙은 채 죽었죠

rừng 𣘃 증 /숲
mịt mùng 矇曚 밋뭉/흐릿한
lạnh lùng 冷遈 라잉룽/얼어붙은
cháy như than 烓如炭 짜이녀탄/숯처럼 타버린

Tôi muốn yêu anh, yêu Việt Nam
Ngày gió lớn tôi đi môi gọi thầm

碎 憫 悽 俠, 悽 越 南
또이 무온 이우 아잉, 이우 붸엣 남

㝵 𩙍 𡘯 碎 𠫾 媒 噲 堪
응아이 죠 런 또이 디 모이 고이 텀

난 당신을, 베트남을 사랑합니다
거센 바람 부는 날 입술 속삭이며 갑니다

ngày gió lớn 㝵𩙍𡘯 응아이 죠 런/ 큰 바람 부는 날
môi 㖹 모이/입
gọi thầm 噲堪 고이 탐/속삭이며 부르다

Gọi tên anh tên Việt Nam
Gần nhau trong tiếng nói da vàng

噲 𠸜 俠 𠸜 越 南
고이 뗀 아잉 뗀 뷔엣 남

斤 饒 䢎 㗂 呐 胗 鐄
건 냐우 쫑 띠엉 노이 자 봥

당신의 이름, 베트남의 이름을 부르며
황인종의 목소리로 아주 가까이에서

gọi tên 噲𠸜 고이 뗀/이름을 부르다
da vàng 胗鐄 자방/노란피부

Tôi muốn yêu anh, yêu Việt Nam
Ngày mới lớn tai nghe quen đạn mìn

碎 憫 悽 俠, 悽 越 南
또이 무온 이우 아잉, 이우 뷔엣 남

㖠 濆 𪡔 聽聴 悁 彈 mìn
응아이 머이 런 따이 응에 퀜 단 민

난 당신을, 베트남을 사랑합니다
젊은 날, 총탄과 지뢰 소리에 익숙해진 귀

mới lớn 濆 𪡔 머이런/청춘
tai nghe 聽聴 따이 응에/귀
quen 悁 퀜/익숙한
đạn mìn 彈mìn 단민/총,지뢰

Thừa đôi tay, dư làn môi
Từ nay tôi quên hết tiếng người

餘 堆 栖 , 餘 闌 㗂
트어 도이 따이, 즈 란 모이

自 倉 碎 𢘾 歇 㗂 𠊛
뜨 나이 또이 퀜 햇 띠엉 응어이

두 손은 남았어요 두 입술은 남앗어요
이제부터 사람의 소리는 다 잊겠어요

thừa 餘 트어/남다
đôi tay 堆栖도이 따이/양손
dư 餘 즈/남은
làn môi闌㗂란모이/입술
quên hết 𢘾歇 퀜헷/모두 잊다

Tôi có người yêu chết trận Asao
Tôi có người yêu nằm chết cong queo

碎 固 𠊛 㥋 𣩂 陣 Asao
또이 꼬 응어이 이우 쳇 쩐 아사오

碎 固 𠊛 㥋 𦣰 𣩂 弓 跳

또이 꼬 응어이 이우 남 쩻 꽁 꿰오

아사오 전투에서 죽은 애인이 있어요
비틀어져 죽은 애인이 있어요

cong queo 弸跳 꽁꿰오/비틀어져

Chết vào lòng đèo, chết cạnh gầm cầu
Chết nghẹn ngào mình không manh áo

䊛 包 悉 岧, 䊛 競 唅 橋
쩻 바오 롱 데오, 쩻 까잉 검 꺼우

䊛 哽 嗷 軀 空 甍 襖
쩻 응엔 응아오 밍 콩 마잉 아오

계곡바닥에서 죽었죠 다리 밑에서 죽었죠
옷 자락도 걸치지 못한 몸
목메어 말도 못한 채 죽었죠

lòng đèo 悉岧 롱데오/계곡 바닥
cạnh 競 까잉/가장자리
gầm cầu 唅橋 검꺼우/다리 아래
nghẹn ngào 哽嗷 응엔 응아오/목메어 말도 못하다
manh áo 甍襖 마잉아오/옷자락

Tôi có người yêu chết trận Ba Gia
Tôi có người yêu vừa chết đêm qua

碎 固 㝵 悽 䊛 陣 Ba Gia
또이 꼬 응어이 이우 쩻 쩐 바 쟈

碎 固 㝵 悽 皮 䊛 腊 過
또이 꼬 응어이 이우 브어 쩻 뎀 꽈

바 쟈 전투에서 죽은 애인이 있어요
바로 간 밤에 죽은 애인이 있어요

vừa chết 𣦍𣩂 브어 쩻/이제 막 죽다
đêm qua 𪝳過 뎀꽈/간 밤에

Chết thật tình cờ, chết chẳng hẹn hò
Không hận thù nằm chết như mơ

𣩂 實 情 期, 𣩂 丞 𠰺 𡀮
쩻 텃 딘 꺼, 쩻 짱 핸 호

空 恨 讐 𫽄 𣩂 如 迷
콩 헌 투 남 쩻 녀 머

정말 우연히 죽었죠 아무 약속도 없이 죽었죠
원한도 없이, 마치 꿈 꾸는 듯이

tình cờ 情期 띤꺼/ 우연히도
chẳng 丞 짱/아무~도 없이
hẹn hò 𠰺𡀮 헨호/약속
hận thù 恨讐 한투/원한
như mơ如迷 녀머/꿈처럼

7 Duyên Phận
縁分
쥬엔 펀/ 인연

가수: Như Quỳnh

Phận là con gái, chưa một lần yêu ai
Nhìn về tương lai mà thấy như sông rộng đường dài

分 羅 昆 妸, 楮 𠬠 吝 慺 埃
펀 라 꼰 가이, 쯔어 못 런 이에우 아이

𥆾 衛 將 來 麻 𧡊 如 滝 𧷺 塘 𨱽
닌 베 뜨엉 라이 마 터이 녀 쏭 종 드엉 자이

소녀의 운명인가, 아직 한번도 누굴 사랑 한적 없어요
미래를 바라보면 넓은 강, 머나먼 길 같아요

ai 埃 아이 /누구
chưa 楮 쯔어 엄/아직~않은
nhìn về 𥆾衛 닌 붸/~을 보다
tương lai 將來 뜨엉라이/장래
thấy 𧡊 터이/보이다
như 如 ~처럼
sông 滝 쏭/강
rộng 𧷺 종/ 넓게
đường 塘 드엉 /거리
dài 𨱽 자이/긴

Cảnh nhà neo đơn,
vai em chưa lớn trĩu đôi bầy gánh nhọc nhằn

景　茹　𢭂　單,
깐　냐　내오 던,

𦡟　㛪　𣘃　㝵　撤 堆　俳　㨃 辱 痌
바이 엠 쯔어　런　찌우 도이 바이　간 뇹 냔

집 한칸 홀로이
내 어깨는 아직 크지 않아 무거운 짐을 지고 나르기에
너무 지쳐요

cảnh 景 까잉/풍경
nhà 茹 냐/집
neo𢭂 네오/정박하다
đơn 單 던/홀로
vai𦡟 봐이/어깨
lớn㝵 런/큰
trĩu 撤 찌우/무거운
đôi 堆 도이/것들
bầy 俳 버이/떼,무리
gánh 㨃 간/짊어지다
nhọc nhằn 辱痌 뇩난/매우 지친

Thầy mẹ thương em nhờ tìm người se duyên
Lòng cầu mong em đậu bến cho yên một bóng thuyền

偨　媄 傷　㛪 恤　尋　　䏧　焯 緣
터이 메 트엉　앰 녀　띰　응어이 세 쥬웬

悉　求 懞 㛪 讀 渡 朱 安　　殳 𩂟 船
롱　꺼우 몽　앰　더우 벤　쪼 이엔　못 봉 투웬

날 사랑하는 부모님은 내 인연을 찾기를 원해요
내가 평온한 배의 그림자에 정박하기를 바래요

thuyềnthầy mẹ 偨媄 터이메/부모

thương 傷 트엉/사랑하다
nhờ 㤕 녀/생각하다
tìm người 尋𠊛 띰 응어이/ 사람 찾는
se煄 세/착한
lòng 悉 롱/마음
cầu mong 求懞 꺼우 몽/기원하다
đậu bến讀渡 더우 벤/배를 대다
cho 朱 쪼/ ~에,~에게
yên 安 이엔 평화로운
một 𠬠 못/하나
bóng 𩂟 봉/그림자
船 투웬/배

Lứa đôi tình duyên còn chưa lưu luyến
Sợ người ta đến em khóc sau bao lời khuyên

侶 對 情 緣 群 樇 留 戀
르어 도이 띤 쥬웬 꼰 쯔어 르우 루웬

㤿 得 𢭸 𦤾 㛪 哭 𡢐 包 唓 勸
서 응어이 따 덴 앰 콥 사우 바오 러이 쿠웬

한 쌍의 인연은 아직 생각하지 않았어요
사람들 재촉에 나는 울고 무섭답니다

lứa đôi 侶對 르어 도이/짝
tình duyên 情緣 띤 쥬엔/사랑
còn chưa 群樇 쯔어/아직~않다
lưu luyến 留戀 르어 루웬/액착심을 갖다
Sợ 㤿 서/무서워하다
người ta 得𢭸 응어이따/ 사람들
đến 𦤾 덴 /~에게
khóc 哭 콥/울다
lời khuyên 唓勸 러이쿠원/조언, 충고

Chưa yêu lần nao biết ra làm sao
Biết trong tình yêu như thế nào

楮 𢞅 吝 芾 別 黜 爫 牢
쯔어 이에우 런 나오 비엔 자 람 사오

別 [illegible] 情 𢞅 如 勢 芾 ?
비엔 쫑 띤 이에우 녀 테 나오

한번도 사랑한 적 없는데 어떻게 할지 어찌 알까요
사랑이 어떤 건지 알고

lần nao 吝芾 런 나오/한번도
biết ra 別黜 비엔 자/알게되다
làm sao 爫牢 람 사오/어찌하여
tình yêu 情𢞅 띤 이에우/사랑
như thế nào 如勢芾 녀테나오/ 어떠한지

Sông sâu là bao nào đo được đâu
Lòng người ta ai biết có dài lâu

滝 溇 羅 包 芾 度 特 丢
송 써우 라 바오 나오 도 드억 더우

𢚸 得 [illegible] 埃 別 固 𨱽 数
롱 응어이 따 아이 비엔 꼬 자이 러우

깊은 강을 재어볼 수 없는 듯
사람들의 마음이 영원한 지 어찌 알겠나

sông 滝 쏭/강
sâu 溇 써우/깊은
đo 度 도/재다
được đâu 特丢 드억 더우/어찌하다
lòng 𢚸 롱/마음
người ta 得[illegible] 응어이따/사람들
ai 埃 아이/누구
dài lâu 𨱽数 자이 러우/길다

Qua bao thời gian sống trong bình an
Lỡ yêu người ta gieo trái ngang

過 包 時 間 𤯨 𥪝 平安
꾸아 바오 터이 잔 송 쫑 빙 안

𢩽 𢞅 𠊛 𠇍 挍 𣡚 卬
러 이에우 응어이 따 재오 짜이 응앙

시간에 따라 삶은 평온 속에
사랑을 놓친 사람들이 나쁜 사랑을 하고있어

qua bao 過包 꾸아 바오/지나가다
thời gian 時間 터이 잔/시간
sống 𤯨송/ 살다
bình an 平安 빙안/평안
lỡ 𢩽 러/잃다
gieo 挍 재오/퍼뜨리다
trái ngang 𣡚卬 짜이응앙/꼬드기다

Nông sâu tùy sông làm sao mà trông
Chưa đổ bến biết nơi nào đục trong

濃 溇 隨 滝 𠚢 牢 麻 𥆾
농 서우 뚜이 송 람 사오 마 쫑

𣗓 杜 渡 别 坭 芇 濁 𤄯
쯔어 도 벤 비엔 너이 나오 둡 쫑

좁은지 깊은지는 왜 보기에 따라 달라지나
아직 부두에 닿지 않았는데 어찌 청탁을 알겠나

nông sâu 濃溇 농 서우/얕고깊음
tùy (隨)
sông 滝 쏭/강
làm sao 𠚢牢 람 사오/어찌하여
trông 𥆾 쫑/기대하다, 보다
đổ 杜 도/도달하다

bến 渡 벤/정류장
biết 別 비dpe/알다
nơi坭 너이/곳
đục trong 濁滝 둡쫑/흐리고 맑음

Rồi người ta đến theo họ hàng đôi bên
Một ngày nên duyên một bước em nên người vợ hiền

耒 得 𢬣 䢟 蹺 户 行 對 边
조이 응어이 따 덴 태오 호 항 도이 벤

𠬠 䁢 𢧚 緣 𠬠 趴 𡛔 𢧚 得 婚 賢
몯 응아이 넨 쥬웬 몯 브억 앰 넨 응어이 버 히엔

사람들이 양쪽 친척들을 따라 오네요
오늘 인연의 첫발자국 내가 정숙한 아내가 된다고

theo 蹺 테오/~에 따라
họ hàng户行 호항/친척
đôi bên 對边 도이벤/양쪽
một ngày𠬠䁢 몯응아이/오늘
nên𢧚넨/~이 되다
bước 趴 브억/걸음
vợ 婚 붜/처
hiền 賢 히엔/온순한

Bỏ lại sau lưng bầy em ngơ ngác đứng trông theo mắt đượm buồn
Thầy mẹ vui hơn mà lệ tràn rưng rưng

𢬧 吏 𢚸 𤼸 俳 𡛔 𥆂 咢 𥪸 瞳 蹺 眜 淡 悋
보 라이사우릉 버이앰 응어 응악 등 쫑 태오 만 드엄 부온

偨 媄 恠 欣 麻 淚 溋 凌 凌
터이 매 부이 헌 마 레 짠 릉 릉

사람들 뒤로 남겨진 나 슬픔 물든 눈으로 멍하게 서있네요.
부모님은 그리 기뻐하며 눈물 가득 흘리시네

bỏ 補 보/버리다, 내놓다
lại sau 吏𢜝 라이 사우/뒤에
lưng bầy 𦟐俳 릉 버이/그들 뒤에
ngơ ngác 𥄮愕 응어응악/망연하다
đứng𡎢 등/일어서다

trông theo 瞳蹺 쫑 테오/~로 바라보다
mắt 眜 맏/눈
đượm淡 드엄/물든
buồn 惀 부온/슬픔
lệ 淚 레/눈물
tràn 滇넘치다.
rưng rưng 凌 눈물고이다

Dặn dò con yêu phải sống theo gia đạo bên chồng
Bước qua dòng sông hỏi từng con sông

吲 嗻 𡥵 㤇 沛 𤯨 蹺 家 道 边 䏧
잔 조 꼰 이에우 파이 송 태오 쟈 다오 벤 쫑

䟰 過 渦 滝 晦 曾 𡥵 滝
브억 꾸아 종 송 호이 뜽 꼰 송

사랑하는 아이에게 시집따라 살라고 이르시네
강을 건너며 강에게 물어보네

dặn dò 吲 嗻타이르다
gia đạo 家道집안 법도
chồng 䏧 쫑/남편
bước 䟰 브억/걸음

dòng sông 渦滝강물
hỏi 晦 호이/ 묻다
hỏi từng 물어보다

con sông 㴜滝 꼰송/강

Đời người con gái không muốn yêu ai được không?

𣇜 得 㺧 妸 空 憫 慺 埃 特 空
더이 응어이 꼰 가이 콩 무온 이에우 아이 드억 콩?

이 소녀 한평생 아무도 사랑하지 않으면 안되는지

đời 𣇜 더이/인생

8 Ánh Nắng Của Anh

映曮貼倎

아잉낭 꾸어 아잉 / 나의 햇살

가수 : Đức Phúc

Từ bao lâu nay
Anh cứ mãi cô đơn bơ vơ

自 包 数 尼
뜨 바오 러우 나이

倎 拠 買 孤 單 巴 爲
아잉 끄 마이 꼬 던 버 붜

그때부터 지금까지 오랫동안
난 오랬동안 외롭고 쓸쓸했어

cứ mãi 拠買 끄마이/계속
cô đơn 孤單 꼬 던/외로운
bơ vơ 巴爲 버붜/쓸쓸한

Bao lâu rồi ai đâu hay
Ngày cứ thế trôi qua miên man

包 数 耒 埃 兜 咍
바오 러우 조이 아이 더우 하이
䏧 拠 勢 澛 過 沔 熳
응아이 끄 테 쪼이 꾸아 미엔 만

많은 시간이 지났지만 아무도 잘 몰라
하루하루 그저 끊임없이 흘러가고 있네

hay 咍 하이/알다
đâu 兜 더우/어디
ngày𣈜 응아이/날
cứ 抛 끄/계속,그저
cứ thế 抛勢끄테/마냥
trôi qua 灅過 쪼이꽈/시간이 흐르다
miên man 沔熳/끊임없는

Riêng anh một mình nơi đây
Những phút giây trôi qua tầm tay

穎 倈 𠬠 𨉓 坭 低
지엥 아잉 몯 민 너이 더이

仍 發 之 灅 過 寻 掭
녕 푿 져이 쪼이 꾸아 떰 따이

오직 나 혼자 여기 이곳에
많은 시간들을 흘려 보내고

riêng 穎 지엥/자신의, 개인의
một mình 𠬠𨉓 몯밍 /혼자서
nơi坭 너이/곳
đây 低 더이/여기에
những 仍 복수를 나타내는 품사,항상
phút 發 푿/순간,분,시간
giây 之/져이/순간,초
phút giây 發之 푿져이/시간,내내
tầm tay 寻掭 떰따이/~이 되다,~에 미치다

Chờ một ai đó đến bên anh
Lắng nghe những tâm tư này

徐 爻埃 姡 蛆 边 倈
쩌 몯 아이 도 덴 벤 아잉

嘲 聵 仍 心 思 尼
랑 응에 넝 떰 뜨 나이

누군가 내 옆에 오기를 기다려요
내 마음의 소리에 귀기울여봐요

chờ 徐 쩌/기다리다
một ai đó 몯아이도/누군지
lắng nghe 嘲聵 랑 응에/귀 기울이다
tâm tư 心思 떰뜨/마음
này 尼이(곳,것)

Là tia nắng ấm
Là em đến bên anh

羅 睥 曩 喑
라 띠아 낭 엄

羅 奄 蛆 边 倈
라 앰 덴 벤 아잉

당신은 따뜻한 햇살
당신은 내 곁으로 와

tia 睥 띠아/한 줄기 빛
nắng ấm 曩喑 낭엄/양기, 햇살

Cho vơi đi ưu phiền ngày hôm qua
Nhẹ nhàng xóa đi bao mây đen vơi quanh cuộc đời nơi anh

朱 㵢 趍 憂 煩 鄂 㕭 過
쪼 버이 디 으우 피엔 응아이 홈 꽈

𨏄樣 舍 趍包 霔 黰 㵢 迯 局 𣈜 坭 俟
녜냥 쏘아 디바오 머이 댄 버이꾸아잉 꾸옥 더이 너이 아잉

지난 슬픔들을 사라지게 했어요
저의 인생 주위의 먹구름들을 사라지게 했습니다

cho 朱 쪼/ 주다,~하게 해주다
vơi 㵢버이/줄어들다,내려가다.
đi 趍 디/가다
ưu phiền 憂煩 으우 피엔/근심번민하다.
hôm qua 㕭過 홈꽈/어제
nhẹ 𨏄 녜/가볍게하다
nhẹ nhàng 𨏄樣 녜냥/가벼운
xóa 舍 쏘아/ 지우다
mây 霔 머이/구름
đen 黰 댄/검은
mây đen 霔黰 머이댄/먹구름
quanh 迯꾸아잉/ 주위의
cuộc đời 局𣈜 꾸옥더이

Phút giây anh mong đến tình yêu ấy
Giờ đây là em người anh mơ ước bao đêm

發 之 俟 懞 䜓 情 悽 衣
푼 져이 아잉 몽 덴 띤 이에우 어이

徐 低 羅 婄 得 俟 迷 約 包 點
져 더이 라 앰 응어이 아잉 머 으억 바오 뎀

지금이 사랑이 오기를 기다렸던 그 순간
내 오래도록 꿈꿔왔던 그 사람 바로 당신

mong 懞 몽/기원하다
tình yêu 情僂 띤 이에우/사랑
ước mơ 約迷 으억머/ 꿈
bao đêm 包點 바오뎀/오래도록

Sẽ luôn thật gần bên em
Sẽ luôn là vòng tay ấm êm

吔 輪 實 斯 边 㛪
세 루온 텃 건 벤 앰

吔 輪 羅 𩃳 拪 喑 㛪
세 루온 라 봉 따이 엄 엠

항상 당신 곁에 있을게
항상 따뜻하게 손을 잡아줄게

thật luôn 實輪 텃 루온/진짜로
gần 斯 건/가까운
vòng tay 𩃳拪 봉따이/손을 쥐다

Sẽ luôn là người yêu em
Cùng em đi đến chân trời

吔 輪 羅 得 僂 㛪
세 루온 라 응어이 이에우 앰

共 㛪 趍 到 蹎 𡗶
꿍 앰 디 덴 쩐 쩌이

항상 당신 사랑할게

당신 함께 하늘 끝까지 갈게

luôn 輪 루온/항상
chân trời 蹎𡗶 쩐쩌이/하늘끝

Lắng nghe từng nhịp tim anh
Lắng nghe từng lời anh muốn nói

唥 瞻 曾 喋心 俟
랑 응에 뜽 넙 띰 아잉

唥 瞻 曾 唾 俟 憫 吶
랑 응에 뜽 러이 아잉 무온 노이

내 심장소리를 들어봐
내 하고 싶은 말을 들어봐

nhịp tim 喋心 넙띰/심장박동
lời 唾 러이/말
muốn 憫 무온/원하다
nói 吶 노이/말하다

Vì em luôn đẹp nhất khi em cười
Vì em luôn là tia nắng trong anh

為 婠 輪 㦹一 欺 婠 唭
뷔 앰 루온 댑 녇 키 앰 끄어이

為 婠 輪 羅 睥 曩 𤎜 俟
뷔 앰 루온 라 띠아 낭 쫑 아잉

당신 웃을 때 가장 예쁘니까
당신 항상 나의 햇살이기에

đẹp nhất 㦹一 댑녇/제일 예쁘다
Khi 欺 키/~때
cười 唭 끄으이/ 웃음

Không xa rời

Bình minh dẫn lối

空 賖 來
콩 싸 저이

平 明 引 䟻
빙 밍 젼 로이

멀리 떨어지지 마
새벽이 길을 인도해주네

xa 賖 싸/ 먼
rời 來 저이/떨어진
bình minh 平明 빙밍/새벽
dẫn lối 引䟻 젼로이/인도하다

Ngày sau có em luôn bên anh trên con đường ta chung lối
Niềm hạnh phúc như trong cơn mơ

𣈜 𡢐 固 奄 輪 边 俠 𨕭 混 塘 𢧲 鍾 𡓃
응아이 사우 꼬 앰 루온 벤 아잉 쩬 꼰 드엉 따 쭝 로이

念 幸 福 如 𨕭 干 迷
니엠 하잉 품 녀 쫑 껀 머

그 날 후 당신 항상 내 곁에 길을 같이 건네
꿈 속 처럼 행복해

trên 𨕭 쩬/~위에
ta 𢧲 따/우리
chung 鍾 쭝/공동의, 모으다
lối 𡓃 로이/길
niềm 念니엠 /생각하다
hạnh phúc 幸福 하잉픕/ 행복
cơn mơ 干迷껀머/꿈

Chưa bao giờ anh nghĩ tới
Phút giây ta trao nhau tình yêu ấy

楮 包 暴俠 抣 細
쯔어 바오 져 아잉 응이 떠이

發 之 䗐 掉 饒 情 慺 衣
푿 져이 따 짜오 냐우 띤 이에우 어이

이때껏 생각 해보지 못했어
우리 서로 사랑 하는 이 순간을

nghĩ tới 抣細 응이 떠이/~에 대해 생각하다
trao nhau 掉饒/주고받다

Giờ đây là em
Người anh sẽ mãi không quên

徐 低 羅 媠
져 더이 라 앰

得 俠 吀 買 空 捐
응어이 안 세 마이 콩 꾸엔

내 사랑 바로 당신
난 당신을 잊지 않을거요

mãi 買 마이/계속
quên 捐 꾸엔 /잊다

9 Em Đồng Ý Nha

媠同意

앰 동이 냐/ 너 허락하는거니

가수 : Nguyễn Quang Quý

Ai cũng mong có một tình yêu
Cũng mong được hạnh phúc giống như bao người.

埃 共 懞固 㐅情 慺
아이 꿍 몽 꼬 몯 띤 이에우

共懞特 幸福 𨋣如包 㝵
꿍 몽 드억 하잉 퓹 죵 녀 바오 응어이

누구나 하나의 사랑을 꿈꾸고
사람들처럼 행복을 얻기를 꿈꾼다네

mong 懞 몽/기원하다
giống 𨋣 종 닮은
như 如 녀/~같이

Tìm đâu ra một nữa yêu thương
để có thể viết nên câu chuyện

尋 兜 黜 㐅 姅 慺 傷
띰 더우 자 몯 느어 이에우 트엉

抵 固 体 別 𦤾 句 囀
데 꼬 테 비엔 넨 꺼우 쭈웬

어디서 또 하나의 사랑을 찾고
그리하여 사랑을 이룰 수 있나

nữa 𡛔 느어/~더 이상
thương 傷 트엉/사랑하다
yêu thương 㤇傷이에우트엉/사랑
để抵 데/để 두다,~하기 위해
có thể 固体 꼬테/~할 수 있다
nên𫜵넨/~이 되다
câu chuyện 句㖫 꺼우쭈웬/이야기

Về tình yêu mà anh đã nghĩ suy bấy lâu.
Anh chỉ cần những điều giản đơn,

衛 情 㤇 麻 俟 㐌 𢖵 推 𥚄 数
베 띤 이에우 마 아잉 다 응이 수이 버이 러우

俟 只 勤 仍 條 簡 單
안 찌 껀 녕 디에우 잔 던

사랑에 대해 난 오랫동안 생각해봤다네
난는 그저 간단한 것들만 있으면 되요

về 衛 베/~에 대해
nghĩ suy 𢖵推 응이수이/생각하다
bấy lâu 𥚄数 버이러우/오랫동안
chỉ cần只勤 /그저~이면 된다
điều 條 디에우/단지
giản đơn 簡單 쟌던/간단

Chẳng cần những gì xa hoa khi ta sống chung

mái nhà.
Dù mai ngày mai tương lai ra sao,thì anh sẽ luôn luôn vì nhau

丞 勤 仍 之 奢 華 欺 𨆝 𠁟 鐘 𢫝 茹
짱 껀 녕 지 싸 호아 키 따 송 쭝 마이 냐

𠰺 𣈜𣈕𣈜 將來 𱜢牢, 時 俟吡 輪輪 位饒
주 마이응아이마이 뜨엉라이 자사오,티아잉세루온루온비냐우

화려한 것은 필요 없어, 우리가 같은 지붕아래 살 때
장래가 어찌 되든 지, 난 항상 서로 같이 있을거야

chẳng 丞 짱/아무~도 없이
cần勤 껀/필요
xa hoa 奢華 싸호아/호화로운
chung 鐘 쭝/공동의, 모으다
mái 𢫝 마이/지붕
dù 𠰺 쥬/어떻든
ngày mai 𣈜𣈕 응아이마이/내일
sao 牢 사오/어찌
thì 時 티/그런데, 그려면
vì nhau/서로

Để cho em có được trọn vẹn niềm hạnh phúc như lúc đầu
Và anh muốn bước tiếp cùng em đến nơi hạnh phúc muôn trùng

抵 朱 𡞕 固 特 掄 援 念 幸 福 如 昛 頭
데 쪼 앰 꼬 드억 쫀 밴 니엠 하잉 풉 녀 룩 더우

吧 俟 懞 䟻 接 共𡞕 到 坭 幸福 萬 重
봐 아잉 무온 브억 띠엡 꿍 앰 덴 너이 하잉풉 무온 쭝

당신에게 처음으로 완전한 행복을 주기 위해서요
난 당신과 같이 행복가득한 그 곳으로 걸어가고 싶어

và 吧 봐/그리고
trọn vẹn niềm 掄援/ 완전한
lúc 旴 룩 /~할 때
lúc đầu 旴頭 룩더우/처음
muôn trùng 萬重 무온쭝/한없는

Và anh muốn là người đàn ông dù đến sau nhưng là cuối cùng.
Và em có biết không anh đã sắp xếp tất cả chờ đến một ngày

吧 倎 憫 羅 得 弹 翁 喕 珇 㹸 仍 羅 襘 窮
바 아잉 무온 라 응어이 단 옹 주 덴 사우녕 라 꾸오이 꿍

吧 婲固 別 空 倎 㐌 插攝 畢 哿 徐珇 𠬠𣈜
바 앰 꼬 비엔 콩 아잉 다 삽 셉 떤 까 쩌 덴 몯 응아이

난 당신에게 나중에 왔지만 마지막 남자가 되고 싶어
당신은 모르지 내가 오늘이 오길 기다리며 모두 준비한 것을

đàn ông 弹翁 단 옹/남성
nhưng 仍 녕/ 그래도
cuối cùng 襘窮 /마지막의
cuối 襘 꾸오이/ 끝
sắp xếp 插攝 /배치하다
Tất cả 畢哿 떳까 /모두
chờ 徐 쩌/기다리다

Em nói đồng ý thì anh sẽ rước em về ngay
Và anh muốn lúc bây giờ đây có thể ôm em trong tay

㛪吶 同意時倈 咄逴 㛪衛𨅸
앰 노이 동 이 티 아잉 새 즈억 앰 베 응아이

吧 倈 㦖 昈𣇞 賖低 固體 掩㛪 𦣰𢬣
바 아잉 무온 룩 버이 져 더이 꼬테 옴앰 쫑 따이

당신이 허락한다면, 당신을 바로 맞이 할께요

그리고 저는 지금 당신을 품안에 안아 주고 싶습니다

rước逴 즈억 /맞이하다

về ngay 衛𨅸 베 응아이/바로~하겠다

bây giờ 𣇞賖 버이 져/지금

ôm 掩 옴/껴안다

trong tay 𦣰𢬣 쫑따이/손 안에

Và người yêu ơi em đâu hay anh ước mong chỉ có thế này
Một vợ hai con ba lầu và bốn bánh

吧 得 㤕㐸 㛪 兜 咍 倈 約懞 只固體尼
바응어이 이에우어이 앰 더우 하이 아잉 으억 몽 찌꼬테나이

𠬠 婚 𠄩 𡥵 吧 樓 𠀧 吧 𦊚 𨋣
몯 버 하이 꼰 바 러우 바 바 본 바잉

사랑하는 당신, 알고 있나요 난 단지 이런 걸 바랄뿐

아내 한 사람, 아이 둘, 3층 집과 사륜차

hay 咍 하이/알다

đâu 兜 더우/어디

vợ 婚 버/처

hai 𠄩 하이/둘

con 𡥵 꼰/아이

lầu ba 樓𠀧 러우 바/3층집

Đến khi ngày tóc đã bạc trắng ta vẫn luôn thấy yêu đời
Dù cho có mưa giông hay bảo tố đi qua

廸欺 𣈜 𩯀 㐌 白𤽸 撦 吻 輪 𧡊 㥋 低
덴키 응아이 똡 다 박 짱 따 번 루온 터이 이에우 더이

由 朱固 𩄎 𩘫 咍 暴 𩙦 趍 過
주 쪼 꼬 므어 종 하이 바오 또 디 꾸아

머리가 하얗게 되는 날까지, 여전히 늘 사랑합시다
거센 비바람, 폭풍우가 몰려온다고 해도

tóc 𩯀 똡 /머리카락
bạc trắng 白𤽸 박짱/허연
vẫn 吻 번/여전히
thấy𧡊 터이/보이다
mưa giông 𩄎𩘫 므어종 /폭풍우
bão tố 暴𩙦/폭풍

Anh vẫn sẽ bên cạnh em không bao giờ để cách rời
Cầm bàn tay anh đi người ơi

偀 吻 𠯦 边竟 媕 空 包 𣉹 抵 嗝 來
아잉번 새 벤까잉 앰 콩 바오 져 데 깟 저이

扲 胖 拪 偀 趍 𨉟 喂!
껌 반 따이 아잉 디 응어이 어이

난 항상 당신 곁에 잠시도 떨어지지 않을래

내 손을 잡고 가자 연인이여

bên cạnh 边竟 벤 까잉/옆의
cách rời 嗝來 /떨어지다
cầm 拎 껌/누르다, 잡다
bàn tay胖揟 / 손

Dù cho bao gian nan đầy vơi
Thì ta vẫn luôn bên cạnh nhau

油 朱 包 艱 難 落 潙
주 쪼 바오 지안 난 더이 버이

時 𪜀 吻 輪 边竟 饒
티 따 번 루온 벤깐 냐우

많은 힘든 일이 있더라도

우리 항상 서로 옆에 있어줘요

dù 油 주/~이든
bao 包 바오 /~에 이르다,~에 들어가다
gian nan 艱難 지안 난/어려운
đầy 落 더이/가득하다
vơi 潙버이/줄어들다,내려가다
thì 時 티/그런데, 그러면

Một vợ hai con ba lầu và bốn bánh
Đó là điều anh hằng ao ước khi em là vợ của anh

𠬠 媍 𠄩 琨 吧 樓 吧 吧 罕 䴵
몯 버 하이 꼰 바 러우 바 바 본 바잉

妬 羅 條 俟 恒 呦 約 欺 婂羅 媍 貼 俟

도 라 디에우 아잉 항 아오 으억 키 앰 라 버 꾸어 아잉

아내 한 사람, 아이 둘, 3층 집과 사륜차
당신이 내 아내이면, 이것이 내가 바라는 것

đó 妬 도/그것
hằng 恒 항/언제나
ao 呦 아오/바라다
khi 欺 키/~때에
vợ 媎 붜/처
của 貼 꾸어/~의